किरण बेदी

वरिष्ठ महिला पोलिस ऑफिसर होण्याची गाथा

आम्हा चार बहिणींचा जन्म पवित्र शहर अमृतसरमध्ये झाला. हे शहर सुवर्ण मंदिर, दुर्गियाना मंदिर, ज्ञालियानवाला बाग आणि इतर स्थळांसाठी प्रसिद्ध आहे.

आमचे कुटुंब सुसंस्कारी होते. आमचे आई-वडील आम्हाला अनेक पवित्र धार्मिक ठिकाणी फिरायला नेत असत.
अमृतसर शहराने किरणमध्ये सहिष्णुतेची भावना, ऊर्जा आणि शक्ती निर्माण करून तिला आज या उच्च पदावर नेले आहे.

किरणला लाडाने आम्ही सर्व जण दिदी म्हणायचो. तिचे बालपण बाहेरील धडामोडी, खेळ आणि आमच्या सोबत मस्ती करण्यातच आमच्या पारंपरिक घरामागील बागेतच व्यतीत झाले.

तेव्हा आम्हाला हे माहीत नव्हते की आमचे हे खेळाचे मैदान जालियानवाला बागेपासून जवळच आहे. जिथे भारताच्या स्वातंत्र्यासाठी हुतात्म्यांनी आपल्या प्राणांचे बलिदान दिले होते. हाच स्वतंत्र भारत एके दिवशी किरणला ती वरिष्ठ महिला पोलिस अधिकारी झालेली पाहण्याचा साक्षीदार होईल, ज्री आपला आणि क्रायद्याची अमंलबजावणी करणारी अधिकारी म्हणून ओळखली जाईल.

आमचे पणजोबा एक श्रीमंत व्यापारी होते. ज्रे १८६० मध्ये पेशावरहून अमृतसरला आले होते. आता पेशावर तर पाकिस्तानात गेले आहे. पेशावरहून आल्यामुळे आमच्या कुटुंबाला पेशावरिया म्हणत असत.
लाल हरगोविंद पेशावरिया
मुनिलाल पेशावरिया आणि प्रितम कौर
किसनदास अरोरा आणि कृपाल कौर
आमचे आई वडील प्रकाश लाल आणि हेमलता पेशावरिया.
लाला हरगोविंद धार्मिक स्वभावाचे व्यापारी होते. त्यांनी अनेक धर्मशाळा बांधल्या. त्यांना सर्वजण पेशावरिया धर्मशाळा असे म्हणत असत. उत्तर भारतातील विविध तीर्थक्षेत्री येणारे भाविक या धर्मशाळांमध्ये थांबत असत.
पेशावरिया धर्मशाळा
आज या सर्व धर्मशाळांची व्यवस्था एक पेशावरिया ट्रस्ट करते.

आमचे आजोबा मुनिलाल पेशावरिया परंपरेनेच अमृतसरमधील एक अतिश्रीमंत आणि प्रभावी व्यापारी होते. शहरात त्यांची खूप मोठी धन संपत्ती आणि व्यापारी संस्था होत्या.
SERVICE CLUB AMRITSAR
सर्व्हिस क्लब अमृतसर
ते अमृतसरमधील प्रतिष्ठित क्लबचे सदस्य होते. ही सुविधा त्यांनी आपल्या चार मुलांपैकी फक्त आमचे वडील प्रकाश यांनाच दिली होती.
आपली शाळेत जाणारी तीन मुले आहेत, हे काही त्यांना समजत नव्हते.
प्रकाश ही घे तुझी महिन्याची खर्चाची रक्कम.
सुशिक्षित असूनही त्यांचे वागणे भांडवलशाही पद्धतीचे तसेच सर्वांवर सत्ता गाजविणारे होते. या थोड्याशा मासिक खर्चावर आमचे वडील त्यांच्यासाठी सतत काम करीत राहतील, हे त्यांनी ठरवून टाकले होते.
आमच्या आजोबांचे असे म्हणणे होते, की ते जी काही रक्कम खर्चासाठी देत होते, ती पुरेशी होती कारण बाकी खर्च (खाण्या पिण्याचा) आणि क्लबचे बिल तर घरातूनच दिले जात होते.

दूरदृष्टी असलेल्या आमच्या आई वडिलांनी आम्हाला शिक्षणासाठी सॅक्रेड हार्ट कॉन्व्हेन्ट स्कूलमध्ये पाठविणेच योग्य समजले. ही शाळा आमच्या घरापासून १४ किमी दूर होती आणि ती सर्वोत्तम तरीही सर्वात महागडी समजली जात होती.
आम्ही मोठे झालो तेव्हा आम्हाला मिळणारी खर्चाची रक्कम आमच्या शाळेच्या फीस भरण्यासाठी अपुरी पडू लागली.
यावेळीही तुझी फीस उशिरा आली आहे.
सिस्टर, मी पुढच्या महिन्यात नक्की जमा करील.
वाढत्या खर्चामुळे परेशान झालेल्या आमच्या वडिलांना पाहून आमचे आजोबा एके दिवशी त्यांना म्हणाले,
प्रकाश आपल्या घराच्या जवळच एक मोफत शाळा आहे. तू आपल्या मुलींना तिथे का नाही पाठवत? अरे, त्यांच्या लग्नात हुंडा देण्यासाठी आपल्या कुटुंबाकडे भरपूर संपत्ती आहे.
वडील : आतापर्यंत माझे सर्व निर्णय तुम्हीच घेत आला आहात. मी ते स्वीकारीतही आलो आहे. पण आता माझ्या मुलीबाबतचे निर्णय मी तुम्हाला घेऊ देणार नाही.
तर मग तुझा सर्व खर्च तूच कर. मी तुला काहीही आर्थिक मदत करणार नाही.
प्रेम! जीवनात आज पहिल्यांदाच मी माझ्या वडिलांचे म्हणणे न ऐकण्याचे धाडस दाखविले आहे. माझ्या मुलींचे संगोपन वेगळ्या प्रकारे होईल.
काहीही झाले तरी मुलींच्या शिक्षणाबाबत मी कधीही तडजोड करणार नाही. माझ्या मुली इतरांना मदत देणाऱ्या व्हाव्यात, घेणाऱ्या नाही, असे मला वाटते.
त्यानंतर आमचे वडील विम्याचे काम करू लागले. आमच्या आईच्या आई वडिलांनी आमच्या शाळेच्या फीस भरायला सुरुवात केली. काही काळानंतर आमच्या आई वडिलांना वारसा हक्काने खूप मोठी संपत्ती मिळाली.

किरणमधील नेतृत्त्व गुण खूप आधीपासूनच दिसून येत होते. ती परिश्रमी आणि उत्साही होती, त्यामुळे ती शिक्षकांची खूप लाडकी होती.
हे देवा, मला अशी बनव की माझ्या आई वडिलांना माझा अभिमान वाटावा.
कडक ऊन असो की पाऊस, आमचे वडील आम्हाला रोज सायकलवरून शाळेत नेऊन सोडीत असत. आम्हाला, विशेषत्वाने किरणला ही गोष्ट कळत होती,की आम्हाला चांगल्या संधी उपलब्ध करून देण्यासाठी आमचे आई वडील किती परिश्रम करीत आहेत.
मी कधीच त्यांच्या घामाचा एक थेंबही वाया जाऊ देणार नाही.

शाळा सुटल्यावर आमच्या घरापासून अर्ध्या अंतरावर असलेल्या टेनिस क्लबमध्ये जाण्यासाठी आम्हाला नेहमी वाहनाचा शोध घ्यावा लागे. त्यासाठी कधी मित्राकडे लिफ्ट मागत असू किंवा बसने जायचो. आम्ही बहिणी सर्व प्रकारे प्रयत्न करायचो.
उद्योगी आणि सृजनशील असणे घरी पोहचेपर्यंतच मर्यादित नव्हते. अनेक कामे एकाच वेळी करण्याचे कौशल्य संपादन करणेही आवश्यक होते. २४ तासातच आम्हाला शाळेत जावे लागत असे. आम्हाला चांगले विद्यार्थी बनायचे होते आणि स्पर्धात्मक टेनिसमध्येही कौशल्य दाखवायचे होते.
आपले होमवर्क पूर्ण करायचे असो, टेनिस कोर्टावर आपल्या पाळीची वाट पाहणे असो..., की
घरी परत जाताना छेड काढणाऱ्यांचा समाचार घेणे असो. यासाठी आम्ही लहान वयातच मजबूत आणि आत्मनिर्भर व्हायला शिकलो. आमच्या संगोपनात आमच्यावर कोणतीही बंधने लादली नव्हती.

रात्रीचे जेवण म्हणजे फक्त आमच्या आईने तयार केलेल्या स्वादिष्ट खाद्य पदार्थांचा स्वाद घेणे नव्हते, तर....
आम्ही दिवसभरातील सर्व गोष्टी एक दुसऱ्याला सांगायचो. आणि त्याची मजा घ्यायचो.
घरातील आम्ही सर्व जण घरातील कामात एक दुसऱ्याला मदत करीत असू.... मग फरशी पुसणे असो, की..
पप्पांची बाईक स्वच्छ करणे असो.
पोषण फक्त जेवणापुरतेच मर्यादित नव्हते.
किरणला आठवते की कधी कधी दिवे बंद केल्यावरही आमचे वडील आम्हाला येऊन उठवत असत आणि आपले प्रेरणादायी विचार आम्हाला सांगत असत.
ते रात्री उशिरापर्यंत वाचत असत.
या लहान लहान गोष्टी त्यांना 'उत्साही' ठेवीत असत आणि प्रेरणा देत असत.

लहान वयातच एक गोष्ट किरणच्या लक्षात आली होती, की कोणाची मदत करायची असेल, तर प्रभावी पद मिळविणे आवश्यक आहे. एके दिवशी आमची दूधवाली बाई रडतच आली, कारण तिच्या पतिला पोलिसांनी एका आरोपाखाली अटक केली होती.
बाबूजी, माझा पती निर्दोष आहे. कृपा करून त्याला सोडवा.
किरणने पाहिले की तिच्या वडिलांनी एरिया ऑफिसरला फोन लाऊन प्रामाणिकपणे हस्तक्षेप करायला सांगितले.
साहेब, हा माणूस निर्दोष आहे. कृपया त्याच्यावर कोणत्याही प्रकारचा अन्याय होणार नाही याची काळजी घ्या.
आणि काम झाले. संध्याकाळपर्यंत तिचा पती घरी परत आला.
हे देवा, मला असे बनव की माझ्या प्रभावामुळे मी त्रस्त लोकांना मदत करू शकेल.

इतर ज्या घटनांनी आम्हाला प्रभावित केले होते, त्यामध्ये होती लग्ने. अशा प्रकारे लग्नात वैभवाचे प्रदर्शन का केले जाते की प्रत्येक ठिकाणी घरातील मौल्यवान वस्तू मांडलेल्या असतात, तेव्हा ते म्हणाले की हे सर्व हुंड्याचे साहित्य असून ते नवरदेव आणि त्याच्या कुटुंबियाने मागितले आहे.
प्रत्येक मुलीच्या लग्नात अशा प्रकारचे मौल्यवान साहित्य द्यावेच लागते का?
होय बेटे, जे कुटुंब वर पक्षाच्या मागण्या मान्य करतात, आणि ज्यांच्या मुलीमध्ये त्यांना विरोध करण्याचे सामर्थ्य असत नाही त्यांना हे सर्व करावे लागते.
आई, आम्हाला घरी परत ने. इथे आम्हाला काहीही चांगले वाटत नाही. इथे जेवण करण्याची आमची अजिबात इच्छा नाही.
त्या रात्री किरण तर झोपू शकली नाही. ..आपल्या बाबतीतही असेच होईल, अशी तिला काळजी वाटत होती. तीसुद्धा एक मुलगीच होती.
झोप किन्नी बेटी, काळजी करू नकोस. .... हे सर्व तुझ्या आणि तुझ्या बहिणीच्या बाबतीत होणार नाही. तुमचे संगोपन वेगळ्या प्रकारे झाले आहे. तुम्ही तर देणाऱ्या व्हाल, घेणाऱ्या नाही.

शालेय दिवसांतच किरणला योग्य- अयोग्य कळायचे. तिचे निर्णय योग्य असत.
किरण, तू गणितात थोडी कच्ची आहेस. त्यामुळे आम्ही तुला सायन्स नाही तर घरगुती अभ्यासाचे विषय देऊ शकतो.
घरगुती अभ्यासाचे विषय? कधीही नाही. असे होणार असेल तर मी शाळा बदलून टाकील.
आई, मला शाळा बदलायची आहे. ते लोक तर मला घरगुती अभ्यासाचे विषय देत आहेत, सायन्स नाही.
ठीक आहे, बेटी. मला माहीत आहे की तुझी आवड जरा वेगळी आहे.
CAMBRIDGE COLLEGE
किरणचे विचार नेहमी स्पष्ट असत. ... म्हणून मग तिने दुसऱ्या शाळेत प्रवेश घेतला. तिथे तिने सायन्स सोबत हिंदी विषय घेऊन दुहेरी बढती मिळविली. आपल्या वरिष्ठांच्या तुलनेत एक वर्ष कमी असतानाच ती पुढे गेली.

एके दिवशी टेनिस खेळताना तिला असे वाटले की आपले केस खूप अडचणीचे ठरताहेत, विशेषतः उन्हाळ्यात. किरण व्यवहारिक बुद्धी असलेली होती. आपण कसे दिसूत याची ती पर्वा करीत नसे. फक्त आपली गैरसोय होऊ नये, असेच तिला वाटत होते.
या लांब केसापासून मुक्तता मिळवावी, असे मला वाटते. ते डोळ्यावर येत राहतात.
तिने अतिशय नम्रपणे आईकडे त्यासाठी परवानगी मागितली. आई आमच्या सोबत रोज संध्याकाळी टेनिस कोर्टात येत असे.
आई, मी माझे केस कापून टाकू का? त्यामुळे खूप गैरसोय होते माझी.
ठीक आहे, बेटा. कापून घे.
DOGRA
Hair Dresser AMRITSAR
किरणने लवकरात लवकर रस्ता पार केला आणि आपल्या वडिलांच्या हेअर ड्रेसरला आपले केस कापायला सांगितले.
डोगरा यांनी त्यांना ज्या प्रकारे केस कापता येत होते, तसे तिचे केस कापून टाकले... 'बॉय कट.' (मुलांसारखे)
पँट घातल्यावर तर ती मुलासारखीच दिसत असे. आणि मुलींसाठी धोकादायक असलेल्या परिस्थितीतून ती मुलासारखे दिसल्यामुळे सही सलामत सुटत असे.
ये, तू मुलगा आहेस की मुलगी?
तुझे डोळे आहेत की गुंड्या?

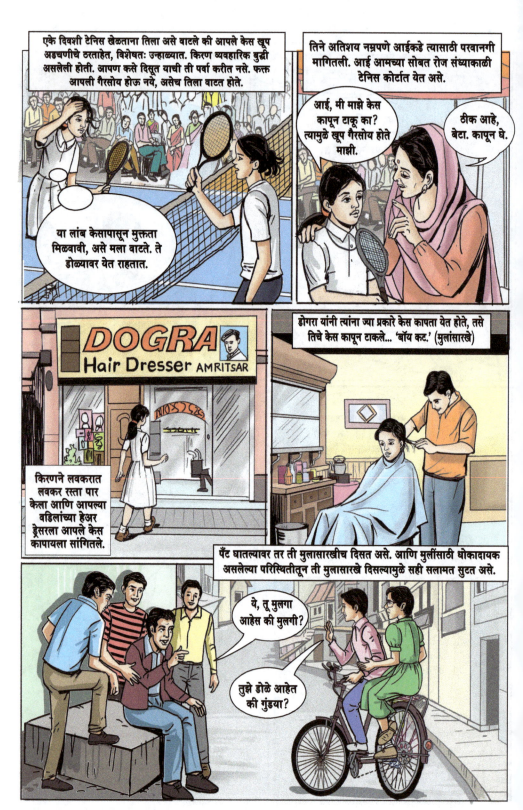

शक्ती आणि लिंगभेद यामुळे होत असलेल्या भेदभावाची किरणला खूप चीड येत असे. तिला आठवते की याच कारणामुळे सेक्रेटरीच्या ऑफिसमधून रेल्वे प्रवासात सूट मिळविण्यासाठी तिला तासंतास वाट पहावी लागत असे.
पंजाब स्टेट लॉन टेनिस असोसिएशन
हा भेदभाव फक्त तिथपर्यंतच मर्यादित नव्हता. मुलगी असल्यामुळे टेनिस खेळण्यासाठी मुलांच्या तुलनेत खूप कमी भत्ता मिळत असे. अन्याय कधीही सहन न करण्याचा स्वभाव असलेल्या किरणने याला अतिशय कठोरपणे विरोध केला. शेवटी मुलींनाही योग्य प्रकारे भत्ता मिळवून दिल्यावरच ती शांत झाली.
किरण तर कोणत्याही प्रकारचा भेद भाव सहन करू शकत नव्हती, अगदी कोणत्याही किमतीवर.
आई, ते मला वाट पहायला लावतात आणि योग्य प्रकारे पैसेही देत नाहीत.
बेटा, या परिस्थितीतून शिकून घे. लक्षात ठेव.... तू मोठी होशील तेव्हा या लोकांसारखे कधीही वागू नकोस. आपली वेगळी प्रतिमा सांभाळ.
हे बघ आई,... तू मला जे काही पैसे दिले होते, त्यातील काही मी वाचविले होते.
माझी मुलगी ! तू नेहमी असेच करतेस.... कधी वेळ वाया घालवित नाहीस की पैसे.

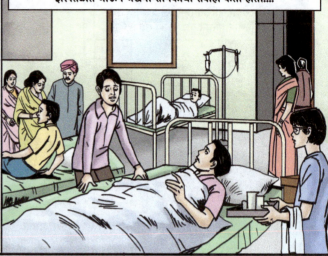

इतर मुली आपल्या समाजात घुसण्याची तयारी करण्यात किंवा लग्नात व्यस्त असताना किरण मात्र अष्टपैलू होण्याची पार्श्वभूमी तयार करीत होती. ती तशी झाली सुद्धा.
१९६५ मधील भारत - पाक युद्धाच्या वेळी तिने रक्तदानही केले होते आणि इस्पितळात जाऊन जखमी सैनिकांची सेवाही केली होती....
डिबेटिंग सोसायटी
तिने वाद विवाद स्पर्धाही जिंकल्या आणि वर्क्तृत्व स्पर्धाही जिंकल्या.
ती विद्यार्थी परिषदेत प्रतिनिधीही झाली.
आणि ॲथलेटिक्समध्येही तिने चांगल्या प्रकारे सहभाग नोंदविला.
ॲथलेटिक्स सोसायटी
o..इतर अनेक प्रकारच्या खेळांमध्ये तिने चषक आणि ट्रॉफिज मिळवल्या.

०... ती नैशनल कॅडेट कोर्ट (एन.सी.सी.) ची बेस्ट कॅंडिडेट म्हणून निवडण्यात आली.
क्रॉलेजमध्ये ती नाटकातही सहभागी होत असे.
०..आणि कॉलेजमध्ये सर्वोत्कृष्ठ अष्टपैलू म्हणूनही तिने ट्रॉफिज मिळविल्या.
किरण सर्वच ठिकाणी यशस्वी होत होती.

किरणच्या टेनिस करिअरची सुरूवात १९६७ च्या ऑल इंडिया नॅशनल गर्ल्स लॉन टेनिस चॅम्पियनशिपपासून झाली...

A.I. GIRLS' LAWN TENNIS 1967
Miss Kiran Peshawria Wins Singles Title

From Our Correspondent

AMRITSAR, Feb. 4 — Carmichael (Australia) and Elsenbroich (Germany) today entered the singles final of the Punjab Lawn Tennis Championships beating Orlander (Sweden No. 2) and Mabrouk Ali (UAR) 6:3, 6:8, 6:4, 6:3 and 6:4, 6:4, 9:7, respectively.

Miss Kiran Peshawria won the singles final of the All-India National Girls' Lawn Tennis Championships beating Miss Shobha Pawar 6:2, 6:3. Incidentally, it was wrongly reported in yesterday's results that Miss Kiran Peshawria had beaten Miss Rita Surayya. Actually, Miss Surayya beat Miss Peshawria 5/7, 6/4, 7/5 in the women's singles semi-finals.

The following are the results:

Men's Singles: Carmichael b Orlander 6/3, 6/8, 6/4, 6/3; Elsenbroich b Mabrouk Ali 6/4, 6/4, 9/7.

Men's Doubles (semi-finals): Balram Singh and G. Misra b Akbari and Namati 6/3, 6/2; Carmichael and Mabrouk Ali versus Vinay Dhawan and Shyam Minotra unfinished with one set all and 5/5 in the third set.

Boys' Juniors (over 14) singles (semi-finals): G Misra b Om Prakash 6/2, 12/10; Nemati b Narendra Singh 3—6.

's Juniors Doubles (Semi-finals): Narendra Singh and Misra b Mukherji and Nemati 6/3, 3/6, 6/3; Ranade and S. Menon b Om Prakash and Vijay Dhawan 6/3, 6/0.

Boys' Juniors (under 14) semi-finals: B. K. Goswami b Jasbir Singh 6/3, 6/0; Pawan Bhatia b Kishen Verma.

Girls' Singles (Final): Miss Kiran Peshawria b Miss Shobha Pawar 6/2, 6/3.

Mixed Doubles (Semi-finals): Miss Kiran Peshawria and Balram Singh b Mrs. P. Gupta and Elsenbroich 6/2, 6/3.

DECCAN HERALD, Wednesday, December 31, 1969
Punjab girls retain Varsity Tennis title

BANGALORE, December 30.

PLAYING scintillating Tennis Kiran Peshawria, skipper of Punjab, helped her team retain the title which they won last year at Waltair by claiming the last reverse singles against Udaya Kumar here after her sister Rita Peshawria had made short work of Jayanthi in the first singles in the All-India Inter-University Tennis Tournament final for women at the Mahila Seva Samaj courts this morning. Punjab won 2-2.

With the scores at 2-all all interest was focussed on the 5 set vs. skipper Udaya Kumar and rightly so for it turned out to be the best and most thrilling match of the day.

True to expectations, a high standard of tennis was called up to the spectators, with 19-year-old Kiran Peshawria, winner of the National junior title in 1967, Rajasthan and Haryana. Skating tied to 1948 and brand a coronation of the recently concluded Delhi Championship, however, found the match against Udaya...

(text continues, partially illegible)

MORE SPORTS NEWS ON PAGE 16

---

(34) THE SUNDAY TRIBUNE, DECEMBER 14, 1969
Kiran Peshawria Whips Yugoslav Girl To Win Title

NEW DELHI, Dec. 13 (UNI, PTI)—Top-seeded Kiran Peshawria, of Punjab, won the women's singles title in the Delhi State Lawn Tennis Championships when she whipped Irena Skaja, of Yugoslavia, 7-5 6-4 here today.

The penultimate day of the National Juniors and Delhi State Lawn Tennis Championships begins on a disappointing note when the top-seeded Anand Amritraj conceded a walk-over to his younger brother Vijay in the junior finals.

Anand said he was not fully fit and, as a result, the coach looked forward to match between the brothers fell through. Anand had won the first set 6-1 and was leading 3-0 when he withdrew.

But the day's best match was the singles semi-final between second-seeded Hasha Bhatia of Yogakhata and Meenal of Uttar Amritraj. In a hotly-contested four-setter the Yogakhata man 6-3, 6-4, 1-6, 6-3, to with now most top-seeded Sadreen Singh in the final tie.

(text continues, partially illegible)

KIRAN PESHAWRIA

> .... आणि तिने स्वतः होऊन केलेली तसेच नॅशनल कोचिंग कॅम्पच्या ट्रेनिंगमध्ये तिने घेतलेले परिश्रम फळाला आले.

नॅशनल ज्युनिअर कोचिंग कॅम्प, पुणे

आम्ही सर्व बहिणी बहुतेक वेळा पांढरे टी शर्ट आणि पांढरे निकर यामध्येच टेनिस खेळत असू, त्यामुळे आम्हाला एक टोपण नाव दिले होते, 'पंजाब ब्रदर्स'.
शाब्बास पंजाब ब्रदर्स!
'दी पंजाब ब्रदर्स' प्रदेशाच्या गर्वाचे आणि अभिमानाचे ठिकाण झाल्या होत्या.
विशेषतः ज़ेव्हा ऑल इंडिया युनिर्व्हसिटी वुमेन्स टेनिस चॅम्पियनची ट्रॉफी उत्तर प्रदेशातून आमच्या प्रदेशात आली तेव्हा तीन सलग विजयानंतर पहिल्यांदा विशाखापट्टणम क्रडून १९६८ मध्ये, मग बंगलोर कडून १९६९ मध्ये आणि तिसऱ्यांदा जबलपूर कडून १९७० मध्ये.
Slazenger

“आकाशवाणी. आजच्या क्रीडा बातम्या. पंजाब युनिर्व्हसिटीने या वर्षीही टेनिसचा पुरस्कार आपल्याकडे कायम ठेवला. पेशावरिया भगिनींनी एका अतिशय चुरशीच्या सामन्यात क्रर्नाटक युनिर्व्हसिटीचा पराभव केला.
त्या काळात ताज्या बातम्या मिळविण्यासाठी रेडिओ हेच एकमेव माध्यम होते. त्यानंतर वृत्तपत्रे आणि मंद गतीच्या पोस्ट सेवाचा क्रमांक लागत असे.
ख़ूप तरूण वयातच अनेक ट्रॉफीज जिंकल्यामुळे किरण एक प्रसिद्ध खेळाडू झाली होती.
तिने एका तरूण मुलीला आपला पहिला ॲटोग्राफ देताना लिहिले होते, ‘आपल्या जीवनात असामान्य बना.’
आपल्या या विचारांना ती आगामी काही वर्षांत ज्रेव्हा सामने अतिशय चुरशीचे होत जातील तेव्हा सातत्यपूर्ण पद्धतीने अमंलात आणीत राहील, हे तिला कुठे माहीत होते?
आपल्या जीवनात असामान्य व्हा.
-किरण पेशावरिया.
Be Extra Ordinary in your Life
Kiran Peshawaria

या सामन्यामुळे तुला आपले नियमित क्लास बुडवावे लागतात, तेव्हा तू आपला अभ्यासक्रम कशा प्रकारे पूर्ण करतेस?
मी प्रवासात माझ्या सोबत पुस्तके घेऊन जाते. संध्याकाळी खेळ संपल्यावर मी ती वाचते. त्यामुळेच मी परीक्षेला पूर्ण तयारीनीशी जाऊ शकते.
तू टेनिस व्यवसायिक स्वरूपात खेळणार आहेस का?
टेनिस एक कौटुंबिक खेळ आहे. त्यामध्ये ऑलराऊंडर असणे आवश्यक असते. तसे तर मला सरकारमध्ये सहभागी व्हायचे आहे.
बेटी, एकटीने प्रवास करताना तुला भीती वाटत नाही?
नाही अंटी, माझ्या संगोपनाने मला शूर वीर बनविले आहे.
जगात तू कोणाचे सर्वाधिक कौतुक करतेस?
मार्टिन ल्युथर किंग आणि इंदिरा गांधी.
रिकाम्या वेळेत तू काय करीत असतेस?
माझ्या बहिणीसोबत मी सायकलवरून फेर फटका मारते. आमच्या आवडत्या चाटवाल्याकडे जाऊन पाणी पुरी खाते.
जीवनात तुझे आदर्श ध्येय काय आहे?
आपल्या कार्याने आपल्या आई वडिलांना अभिमानास्पद वाटायला लावणे.

कॉलेजमधून पदवी परीक्षा उत्तीर्ण झाल्यावर किरणने आपली पुढील कार्यक्रम आखला.
मम्मा, मला पॉलटिकल सायन्समध्ये एम. ए. करायचे आहे. त्यासाठी मला चंदिगढला जावे लागेल आणि मला स्कॉलरशीप देतील का नाही ते माहीत करून घेण्यासाठी कुलगुरू श्री सूरज भान यांना भेटावे लागेल.
जा मुली, जिंकून ये!
तुला अभ्यास आणि खेळासाठी स्कॉलरशीप देणे ही पंजाब युनिर्व्हसिटीसाठी अभिमानाची गोष्ट असेल. आम्हालाही अशी गोष्ट पहिल्यांदाच करावी लागेल कारण आतापर्यंत आमच्या एकाही विद्यार्थ्याने या दोन्ही क्षेत्रात पहिला क्रमांक मिळविला नाही.
तिथे प्रवेश घेतल्यावर किरण 'फ्लाईंग शिख' मिल्खा सिंग आणि त्याची पत्नी निर्मल यांना भेटली. तेव्हा मिल्खा सिंग युनिर्व्हसिटीमध्ये डायरेक्टर ऑफ स्पोर्ट्स होते.
आम्हा दोघांना तुझा अभिमान आहे. ही आहे आमची खेळाचे सामान ठेवण्याची खोली. तुला हव्या तितक्या टेनिस रॅकेट आणि बॉल तू इथून नेऊ शकतेस. पंजाब युनिर्व्हसिटीचे स्पोर्टस डायरेक्टर म्हणून मी हे नक्की करीन की, सराव करण्यासाठी तुला क्रीडा साहित्याची काहीही उणीव भासणार नाही.

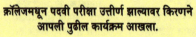

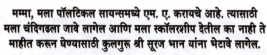

युनिर्व्हसिटीमध्ये किरण आपल्या कामात सदैव दक्ष रहात असे. शिकण्यासाठी सदैव तत्पर असणाऱ्या किरणने आपल्याला मिळालेली एकही संधी तर सोडली नाहीच, शिवाय स्वत:ही काही नवीन संधी निर्माण केल्या. आपल्या आवडीच्या दुकानातून दूध आणि केळीचा नाश्ता करूनच तिच्या दिवसाची सुरुवात होत असे.
VERKA
किरण पहिल्यांदाच घरापासून दूर एखाद्या हॉस्टेलमध्ये रहात होती. आपल्याकडे असलेल्या साधनांचा योग्य प्रकारे वापर कसा करायचा ते ती तिथे शिकली. सुई-दोरा वापरून आपले स्कर्ट कसे शिवायचे ते ती तिथेच शिकली.
तिने कॉलेजमधील समारंभात खूप मजा केली. ०... तिला अशा संधीची खूप मजा येत असे.
खोलीत बसल्यावर झोप येईल म्हणून ती बाहेर बसून आपला अभ्यास करीत असे.
ॲथलेटिक्स खेळांमध्येही ती नेहमी सहभागी होत असे.
दिल्लीमध्ये झालेल्या कॉमनवेल्थ स्टुडंट एक्सचेंजमध्ये तिने पंजाब युनिर्व्हसिटीचे प्रतिनिधीत्व केले होते.
CAMPUS GIRL BAGS 'DOUBLE' IN DELHI TENNIS
Kiran Peshawaria, a student of this campus won a double crown in the Delhi Hard Court Tennis Championships held recently at the NSCI Courts from October 12—20.
In the Ladies singles, Kiran had no difficulty in putting it past Manju Gupta at 6—3, 6—4. For Kiran it was sweet revenge as she had been beaten earlier by Manju Gupta in the National Championship.
"I had gone to Delhi, determined to win the Championship", says Kiran, a regular and familiar figure on the Campus Tennis Courts. Her short hair muffled by the stiff breeze that blew across the court, a wide grin on her face, Kiran said that she was very happy that she had won.

किरण युनिव्हर्सिटीत पहिली आली आणि तिला अमृतसर येथील खालसा कॉलेज ऑफ वुमेन्समध्ये लेक्चररची नोकरीसाठी ऑफरही आली.

एक तरुण शिक्षिका असल्यामुळे तिने जुना ढाचा बदलला आणि विद्यार्थ्यांनी स्वतः आपले शिक्षक व्हावे, यासाठी त्यांना प्रेरित केले. त्यामुळे त्यांचा आत्मविश्वास वाढला.

लुना मोपेड चालविणारी ती अमृतसर मधील पहिली मुलगी होती.

पुन्हा एकदा तिचे कौतुक करणारे खूप जण झाले. तिच्या सोबत्यांना तिचा उत्साह आवडत असे तर तिचे विद्यार्थी तिला आपले रोल मॉडेल समजत असत. ती एक ऑल राऊंडर होती आणि ती आपल्या सिव्हिल सर्व्हिसेस परीक्षेसाठीही तयारी करीत होती, कॉलेजमध्येही शिकवित होती. तरीही तिने स्पर्धांमध्ये सहभागी होणे कधीच सोडले नाही.

मॅम ! आमच्या शुभेच्छा, आमची प्रार्थना आपल्या सोबत घेऊन जा. तुम्ही नक्की यशस्वी व्हाल.

धन्यवाद ! मी नक्कीच जिंकेल. माझा या प्रार्थनांवर विश्वास आहे.

मॅडम, तुम्ही एकाच वेळी इतके सारे कसे काय करता?
माझा स्वभावच असा आहे. ज्या ठिकाणी एकाच वेळी अनेक कामे केली जात असत, अशा वातावरणातच मी मोठी झाले.
मॅडम, आम्ही तुम्हाला नेहमी पँटमध्येच बघितले आहे. तुम्ही कधी साडी घालता का नाही?
मी जास्त करून एक तर बाहेर असते किंवा खेळत राहते. नाही तर मग सायकल चालवित राहते. अशा सक्रिय जीवनात पँटमध्ये जास्त सोयीचे वाटते. म्हणून मी आतापर्यंत कधीही साडी घातली नाही.
तुम्हाला परदेशात जाण्याची संधी मिळाली तर तुम्ही जाल?
फिरण्यासाठी नक्की जाईल, पण तिकडे स्थायिक होण्यासाठी नाही. मला तर माझ्या देशाची सेवा करायची आहे.
तुम्ही सिव्हिल सेवा परीक्षांची तयारी करीत आहात, असे आम्ही ऐकले आहे? तर मग तुम्हाला कोणत्या सेवेमध्ये जायला आवडेल?
माझी पहिली आवड तर आय पी एस आहे. कारण ही अशी सेवा आहे, जी ज्याला आवश्यक आहे त्याला लगेच न्याय मिळवून देऊ शकते.
तुमचा आदर्श पुरूष कोण आहे?
लग्न हा बरोबरीचा संबंध आहे, असे जो समजतो तो.
तुमच्यासाठी पैसा किती महत्वाचा आहे?
इतकेच की त्यामुळे आपल्या गरजा पूर्ण व्हाव्यात. ज्ञास्तीचे पैसे नेहमी वाटायला हवेत.

1. FIGHT FIGHT FIGHT
2. Determination - Presence of Mind - Positive Attitude
3. THAT LITTLE EXTRA
4. Concentration - Anticipation - Early Running - Early swing - Early Position
5. Energy Like A Million Batteries
6. yet Cool - Cool and Thoughtful
7. TAKE YOUR TIME - FOLLOW THROUGH
8. BEND - BEND - BEND
9. Relaxed Limbs
10. Stroke High For GOOD LENGTH
11. ALWAYS KEEP OPPONENT OUT SIDE THE BASELINE
12. PASS VERY CALMLY DOWN THE LINE OR LOB WELL
13. SERVE - THROW - SWING WELL - BODY WEIGHT - OVER THE SERVICE LINE

ALWAYS BRING A PROPER SWING - FOLLOW THROUGH
RALLY - RALLY - RALLY HIGH
AVOID THE NET - AVOID GERK
GET NEAR AND UNDER THE BALL - BEND - BEND - BENT
KEEP IN MIND THE COOL AND STROKING PICTURE OF KRISH IN MIND -
PLAY ALL COURT GAME
REMEMBER YOU YOURSELF HAVE PLAYED AND WON GREAT FINALS WHICH HAVE BEEN ACKNOWLEGED NEAR WORLDCLSS
GOOD LUCK AND MY BLESSINGS ARE WITH YOU

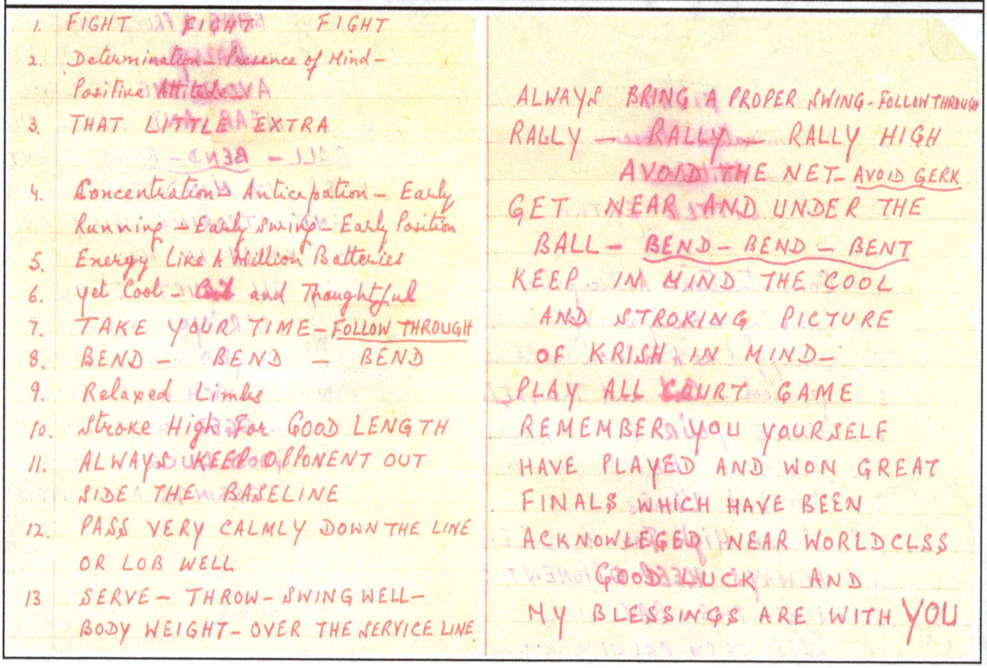

DOUBLES CROWN FOR AMRITHRAJ BROTHERS

Kiran Peshawaria Is Asia Women's Tennis Champion

POONA, February 12 (UNI, PTI)—Top-seeded Kiran Peshaw[...] emerged as the women's champion in the Asian Tennis Tournament [...]feating the No. 2 seed Susan Das 6-2, 6-0 here today.

Susan was unable to find her touch against the brilliant all-court game of Kiran.

Kiran began in right earnest. After keeping her service, she broke through in the very second game to lead 2-0. She again had another break-through in the eighth game and won easily at 6-2.

In the second set, she broke through in the second game and after that Susan hardly put up any fight. She failed to keep even one service.

It was only in the first set that Susan tried to battle it out. Kiran, more experienced and playing well-controlled strokes made Susan run from end to end. Susan also missed some simple placements and on most occasions she was hitting the ball directly to Kiron instead of varying the direction.

The Amrithraj brothers, Anand and Vijay, established themselves as the nation's top pair today by beating the top-seaded Davis Cup pair of Premjit Lall and Jaideep Mukherjea in a thrilling four-setter in an hour and a half.

Anand and Vijay had beaten Lall and Jaideep earlier as well as Lall and Krishnan. They could have won in straight games today but for some infirm and indecisive strokes by Anand, who was brilliant and erratic in patches.

Vijay and Anand, having broken through the initial services of both Lall and Mukherjea in the first set, were leading 5-3. They became over-confident and that was responsible for the set going over the tie-breaker.

Vijay Amrithraj also looks well set for a double as he should be able to repeat his recent success over Jaideep at Indore in the singles final.

Kiran Peshawaria is another player with a good chance for a double. She is in the mixed doubles final and may clinch the title.

Rekha Dube and Uday Kumar took the women's doubles title defeating Susan Das and Shobha Pawar in three sets. This was a rather poor match in which also the steadiness of Rekha and Uday won the day. Uday was best of the four players, and played some good ground strokes.

KIRAN PESHAWARIA

किरणला प्रेमासाठीही वेळ मिळाला .... आणि टेनिससाठीही. टेनिस हेच दोघांना एकत्र आणण्याचे माध्यम झाले. तो माणूस ज्याने किरणचे मन जिंकले तो तिच्यासोबतचाच एक टेनिस खेळाडू होता, ए.सी. सर्व्हिस क्लबचा सदस्य.
एक वर्षभर भेटी झाल्यावर किरण आणि ब्रीज मार्च १९७२ मध्ये विवाहाच्या बंधनात बांधले गेले. हा विवाह एका मंदिरात झाला. ज्यामध्ये दोन्ही बाजूच्या मंडळीने आशीर्वाद दिले. या लग्नात हुंडा दिला किंवा घेतला गेला नाही. लग्नानंतर एक संयुक्त स्वागत समारंभ करण्यात आला, त्याचा खर्च किरण आणि ब्रीज या दोघांनी मिळून केला.
या भेटी गाठीच्या दरम्यान किरण कविता लिहायला लागली होती, हे तुम्हाला माहीत आहे का?

जुलै १९७२ मध्ये तर किरणने इतिहास निर्माण केला. ती भारतीय पोलिस दलात अधिकारी झाली. असे पद मिळविणारी ती पहिली भारतीय महिला ठरली.
किरण आणि तिच्या सोबत्यांना ऑल इंडिया सिव्हिल सर्व्हिसेसमध्ये फाऊंडेशन कोर्सची ट्रेनिंग देण्यात आली. ॲकाडमीत आल्यानंतर एका महिन्यातच किरणला बोलावणे आले. तिला तत्कालिन गृहमंत्र्यांना भेटायचे होते.
किरण, तुला दिल्लीला बोलावण्यात आले आहे. तिथे तुला गृहमंत्र्यांना भेटायचे आहे.
ठीक आहे.
किरणने याबाबतीत अकादमीमध्ये आपल्या मित्रांना सांगितले.
आपला विचार बदलू नको. पहिली महिला आय पी एस अधिकारी म्हणून आम्हाला तुला बघायचे आहे.
तुला काय वाटते, मी असे काही करेन? कधीच नाही. कधीही नाही.
किरण, तुला माहीत आहे, की आम्ही आय पी एस मध्ये कधीही महिलांना ठेवले नाही. कारण हे काम अतिशय खडतर स्वरूपाचे असते. यावर पुनर्विचार करायला तुला आवडेल?
नाही सर, मला तर फक्त इंडियन पोलिस सेवा हवी आहे. त्यासाठी माझी आवड स्पष्ट आणि अटळ आहे.
K.C. PANT

नॅशनल पोलिस ॲकाडमी, माऊंट आबू, राजस्थानमध्ये ट्रेनी म्हणून हा तिचा पहिला फोटो आहे.
ती पहिली महिला पोलिस अधिकारी होती, म्हणून माध्यमांनी तिची मुलाखत घेतली.
तुला इंडियन पोलिस सर्व्हिसच का जॉईन करायची आहे, तसे तुझ्यासाठी इतरही अनेक पर्याय उपलब्ध आहेत.
माझ्यासाठी पोलीस होणे, म्हणजे अशी शक्ती मिळविणे आहे, ज्री चूक लगेच दुरूस्त करू शकेल आणि लगेच न्याय मिळवून देऊ शकेल. हेच माझे ध्येय आहे.
तू पहिली महिला पोलिस ऑफिसर कॅडेट आहेस त्यामुळे तुझ्यासाठी नवीन युनिफॉर्म तयार केला जात आहे.
मला पुरूषांसारखा तोच ड्रेस वापरण्यास काहीही हरकत नाही. तसेही मी जास्त करून ट्रॅक पँट आणि एन सी सी युनिफॉर्मच वापरत असते.
तुझे राहण्याचे क्वार्टर्स कुठे असतील?
टेनिस खेळत असताना मी ज्या प्रमाणे डार्मिटरीज शेअर करीत असे, त्याचप्रमाणे मी आताही माझ्या वरिष्ठांसोबत बैठकीत सहभागी होऊ शकते.
आऊट डोअर ट्रेनिंगसाठी तुझ्यासाठी म्हणून एक विशेष प्रोग्राम डिझाईन केला जात आहे.
पण का? अशा प्रकारची ट्रेनिंग तर तंदुरूस्त आणि फीट राहण्यासाठी मी नेहमीच करीत आले आहे. ज्रेव्हा मी टेनिसच्या स्पर्धेत सहभागी होत असे.

मग रायफल ट्रेनिंग असो...
की टार्गेट भेदण्याचा सराव करणे असो...
BRASS
की आश्वारूढ तुकडीचे नेतृत्व करणे असो.
की घोडेस्वारी शिकणे असो.
किरण आपले पती ब्रीज यांच्यासोबत ॲकाडमीमध्ये

क्री परेडमध्ये मार्च करणे असो.

क्री मेराथॉन रेसमध्ये धावणे असो.

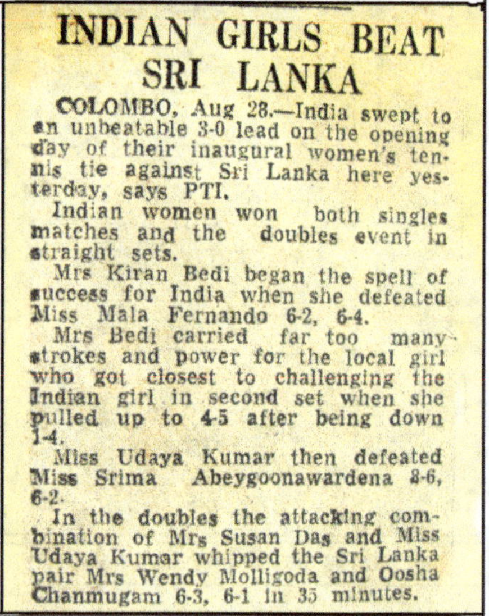

INDIAN GIRLS BEAT SRI LANKA

COLOMBO, Aug 28.—India swept to an unbeatable 3-0 lead on the opening day of their inaugural women's tennis tie against Sri Lanka here yesterday, says PTI.

Indian women won both singles matches and the doubles event in straight sets.

Mrs Kiran Bedi began the spell of success for India when she defeated Miss Mala Fernando 6-2, 6-4.

Mrs Bedi carried far too many strokes and power for the local girl who got closest to challenging the Indian girl in second set when she pulled up to 4-5 after being down 1-4.

Miss Udaya Kumar then defeated Miss Srima Abeygoonawardena 8-6, 6-2.

In the doubles the attacking combination of Mrs Susan Das and Miss Udaya Kumar whipped the Sri Lanka pair Mrs Wendy Molligoda and Oosha Chanmugam 6-3, 6-1 in 35 minutes.

जम्मू काश्मिरमध्ये ट्रेनिंगच्या दरम्यान सैन्याशी संबंध.

किरण आणि तिचे सोबती भारत दर्शनच्या वेळी दिल्लीला आले तेव्हा ते तत्कालिन भारतीय राष्ट्रपती श्री व्ही. व्ही. गिरी यांना भेटले.

ट्रेनिंग घेतल्यावर किरण दिल्ली पोलिसात समाविष्ट झाली. तिला २६ जानेवारी १९७५ रोजी प्रजासत्ताक दिनाच्या परेडमध्ये दिल्ली पोलिसांच्या एका तुकडीचे नेतृत्त्व करण्याची संधी मिळाली.

परेड नंतर किरणला मिठी मारताना तिची अभिमानी आई.

खूप खूप आशीर्वाद मुली! ही तर तुझी सुरुवातच आहे.

सप्टेंबर १९७५ मध्ये किरण एका सुंदर मुलीची आई झाली.

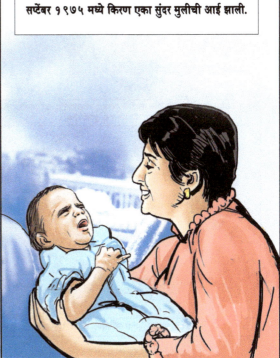

मालिकेतील पुढच्या अंकात

किरण बेदी : वरिष्ठ पोलिस अधिकारी म्हणून घालविलेली वर्षे.

१९७९ मध्ये इंडिया गेटवर अकाली निरंकारी निदर्शकांना नियंत्रित करताना

१९८२ मध्ये नवव्या अशियायी खेळांच्या वेळी वाहतुक नियंत्रण करताना पोलिस निरीक्षक पदावर कार्यरत किरण बेदी.

१९९४ मध्ये मनिलामध्ये रॅमन मॅगासेसे पुरस्कार स्वीकारताना. अशियातील नोबेल पुरस्काराच्या योग्यतेचा हा पुरस्कार आहे.

तिहार जेलच्या इन्सपेक्टर जनरल.

२००३ ते २००५ दरम्यान 'शांती अभियान' च्या वेळी युनायटेड नेशन्स (न्यूयार्कमध्ये) सेक्रेटरी जनरल पोलिस सल्लागार म्हणून.

www.ingramcontent.com/pod-product-compliance
Lightning Source LLC
LaVergne TN
LVHW021428240825
819400LV00048B/1083

* 9 7 8 9 3 8 4 9 0 6 1 1 5 *